लैलाचा दिवा

आणि

गोष्टी देशोदेशीच्या

चारुता पुराणिक

मेहता पब्लिशिंग हाऊस

LAILACHA DIVA ANI GOSHTI DESHODESHICHYA
by Charuta Puranik

लैलाचा दिवा आणि गोष्टी देशोदेशीच्या / बालसाहित्य

चारुता पुराणिक
author@mehtapublishinghouse.com

प्रकाशक : सुनील अनिल मेहता
मेहता पब्लिशिंग हाऊस, १९४१, सदाशिव पेठ, माडीवाले कॉलनी, पुणे ३०.
✆ : ०२०-२४४७६९२४

E-mail : info@mehtapublishinghouse.com
Website : www.mehtapublishinghouse.com

मुद्रक : स्पेक्ट्रम ऑफसेट, एरंडवणा, पुणे ०४.

प्रथमावृत्ती : एप्रिल, २००७
द्वितीय आवृत्ती : ऑगस्ट, २०१३
पुनर्मुद्रण : जानेवारी, २०१९

मुखपृष्ठ व आतील चित्रे : देविका चितळे

(२ पुस्तकांचा संच)

अनुक्रम

जादूचा प्रभाव

ऑस्ट्रेलिया

फार वर्षांपूर्वीची गोष्ट. एक मुलगा होता. त्याला आई-वडील नव्हते. तो त्याच्या जमातीच्या लोकांबरोबर राहायचा. नेहमी इतरांच्या खोड्या काढायचा. सगळे चिडायचे अन् म्हणायचे, ''आळशी कुठला. एक चांगलं काम करेल तर शपथ! सांगू ते ऐकायला नको त्याला! हात टेकले हं सगळ्यांनी याच्यापुढे!!''

उन्हाळा आला की, ओढे, नदी, तळी कुठेच पाणी नसे. पिण्याच्या पाण्यासाठी लोकांना दूर कुठेतरी जाऊन, खड्डे खोदून पाणी आणावे लागे. त्या मुलाला दूर जायला नको असायचे. तो वस्तीवरच थांबे. पाणी घेऊन माणसे आली की, पिण्यासाठी त्यांच्याकडे पाणी मागे. सगळे त्याला पाणी देत; पण थोड्याच दिवसांत ती माणसे त्या आळशी मुलावर चिडायला लागली. ''जा, तुझ्यासाठी तूच पाणी आण!'' एकदा सारे त्या मुलावर ओरडले. लोकांनी पाण्याची भांडीच लपवून ठेवली.

एका सकाळी बहुतेक पुरुष शिकारीसाठी गेले होते. कंदमुळे शोधायला बायका-मुले गेली होती. तो मुलगा एकटाच वस्तीवर होता. थोडा वेळ इकडे तिकडे खेळून झाल्यावर त्याला तहान लागली. तो पाणी शोधू लागला; पण नेहमीच्या जागेवर पाण्याची भांडी दिसेनात. थोड्या वेळाने झुडपाखाली लपवलेली पाण्याची भांडी त्याला सापडली. तो भरपूर पाणी प्यायला.

मग मात्र त्याला थोडा खोडसाळपणा करावा वाटला. स्वत:शीच तो बोलला, ''या माणसांना शोधून सापडणार नाही, अशा जागी मी ही भांडी लपवून ठेवेन. मग मला वाटेल तेव्हा मी पाणी पिऊ शकेन.''

एका पाठोपाठ एक असे करीत पाण्याने भरलेली सर्व भांडी एका डिंकाच्या लहान झाडापर्यंत त्याने नेली. तो भरभर झाडावर चढला. सगळी भांडी पानांमध्ये लपवून ठेवली. शेवटचं एक भांडं त्यानं फांदीवर ठेवलं न ठेवलं तोच काहीतरी जबरदस्त जादू झाली. ते झाड मोठं-मोठं होऊ लागलं. प्रचंड मोठं होईपर्यंत, उंच उंच होऊ लागलं. एका फांदीला तो मुलगा लोंबकळू लागला. जेव्हा ते वाढायचं थांबलं, तेव्हा मुलगा पाण्याच्या सर्व भांड्यांसह पार झाडाच्या टोकापर्यंत पोहोचला.

संध्याकाळी सगळे वस्तीवर परत आले. त्यांना प्यायला पाणी हवे होते. झुडपाखाली त्यांनी पाहिले, तर पाण्याची मोजकीच रिकामी भांडी तिथे आढळली.

"हे त्या मुलाचं काम! त्याच्या खोड्यांनी उच्छाद मांडलाय नुसता!! कुठे गेला तो मूर्ख?" सर्व वैतागत म्हणाले. सगळ्यांनी अवतीभवती पाहिले. तेथे त्यांना डिंकाचे प्रचंड झाड दिसले. सकाळी तर ते लहानसे होते. तो मुलगा झाडाच्या शेंड्यापाशी पाण्याने भरलेल्या भांड्यांसह सर्वांना दिसला.

"ए, ताबडतोब पाणी घेऊन खाली ये." माणसे ओरडली.

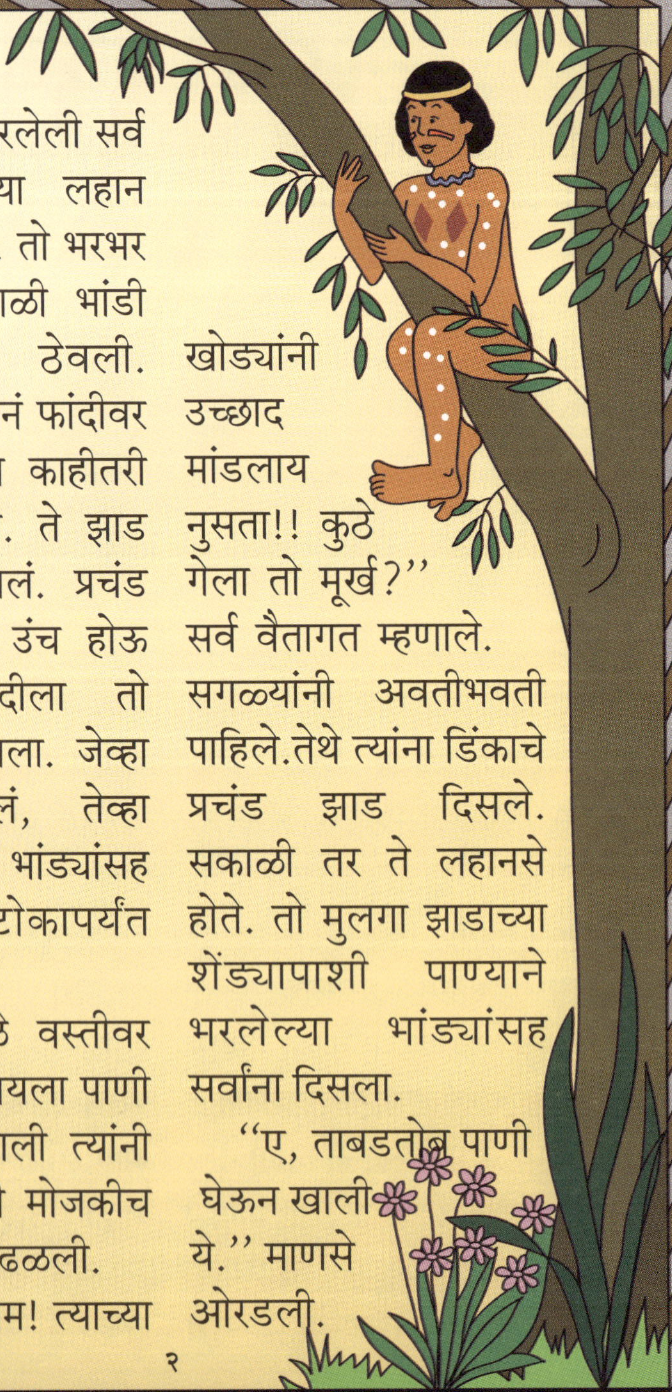

"तुम्हाला पाणी हवं असेल तर तुम्हीच वर या!" तो मुलगा झाडावरून ओरडला.

दोन तरुण झाडावर चढू लागले. ते दोघे त्या मुलाच्या अगदी जवळ पोहोचले तेव्हा तो घाबरला. गळा काढून रडू लागला. त्याला ओढण्यासाठी एका तरुणाने प्रयत्न केला. पण तो मुलगा घसरला आणि झाडावरून खाली पडला.

बम्...बद्...बम्...बद्... मैदानात पडलेल्या, मुका मार लागलेल्या त्या मुलाचे अंग दुखत होते. तो काहीवेळ तेथे पडून राहिला. चिडलेल्या लोकांपासून स्वतःला वाचवण्यासाठी तो पुन्हा डिंकाच्या झाडावर धडपडत चढला. काहीजण त्याच्या मागोमाग चढू लागले, तर काय?

कसल्याशा विचित्र जादूमुळे त्या मुलाचे रूपच बदलू लागले होते. दाट, मखमली अशी त्वचा त्याचे शरीर झाकू लागली. कान काळ्या बटणांप्रमाणे झाले. नाक काळे व चमकदार दिसू लागले. अगदी अस्वलासारखा दिसू लागला तो!

जगातील पहिला 'कोआला' म्हणजे हा मुलगा! तेव्हापासून असे हे 'कोआला' डिंकाच्या झाडांवर राहू लागले. त्यांना तहान लागली तर पाण्याच्या शोधासाठी जमिनीवर जाण्याऐवजी ते झाडाची पाने खातात. झाडावर चढायचा कोणी प्रयत्न केला तर ते रडतात, अगदी त्या खोडकर मुलाप्रमाणे...

लैलाचा दिवा

पर्शिया

फार वर्षांपूर्वी ताब्रिज येथील जुन्या शहरात एक श्रीमंत व्यापारी राहत होता. त्याला एकच मुलगी होती, लैला. ती गोड स्वभावाची आणि सुंदर होती.

एक दिवस व्यापारी तिला म्हणाला, ''लैला, तुझं लग्न करण्याची वेळ आली आहे. माझा माम्मुद नावाचा एक मित्र आहे. त्याच्याशी तुझं लग्न करायचं ठरवतोय मी! त्याची बायको वारली आहे. त्याला दुसरी बायको हवी आहे. खूप श्रीमंत आहे तो. तुला आवडतील तेवढे, तसे खूप छान कपडे, दागिने, सुंदर घर तुला मिळेल.''

लैला दचकलीच. ''अहो, नको हो. कृपा करा. मला त्याच्याशी लग्न करायला लावू नका. तो वृद्ध, जाडा व कुरुप आहे. त्याच्या बायकोबरोबर तो फार दुष्टपणे वागायचा. त्याच्याशी लग्न करण्यापेक्षा मी मरण पत्करेन.''

व्यापारी संतापला. ''लैला, मुकाट्याने सांगतो ते ऐक. मी चार दिवस बाहेर जाणार आहे. परत आलो की माम्मुदबरोबर तुझे लग्न लावून देणार आहे. समजलं का?''

लैला त्या रात्री झोपू शकली नाही. या कुशीवरून त्या कुशीवर वळत होती. रडत होती; पण काहीतरी विचार करत होती. सकाळ झाली. तिने एक बेत ठरवला.

नाश्त्यानंतर ती वडिलांना म्हणाली, ''माझ्या खोलीत मला एक नवीन दिवा हवाय. मी एक दिवा बनवून घेऊ का?

व्यापाऱ्याला आनंद झाला. 'बरं आहे, लैला ठीक दिसतेय.' व्यापारी म्हणाला, ''जरुर! मी दिवेवाल्याला घरी यायला सांगतो. तुला आवडेल तसं तू दिव्याचं काम करून घे.'' त्याने लैलाला थोपटले व तो प्रवासाला निघाला.

दिवेवाला आला. अगदी तिला हवा तसा दिवा करण्यास तिनं त्याला सांगितले. तीन दिवसानंतर दिवा मिळाला.

दिवा खूप उंच होता. त्याच्या तळात, भोवती चाळीस लहान दिवे होते. सगळ्यात खाली एक गुप्त दरवाजा होता.

सर्व नोकर रात्री झोपले तेव्हा लैला लपत छपत घराबाहेर आली. तिने तिचा एक बूट विहीरीजवळ काढून ठेवला. दुसरा विहिरीत टाकला. नंतर दबक्या पावलाने खोलीत गेली. दिव्याचा गुप्त दरवाजा तिने उघडला. दिव्यात शिरली आणि नंतर दिव्याचे दार लावून घेतले.

एक आठवडा झाला. व्यापारी घरी आला आणि लैलाला हाका मारू लागला; काही उत्तर मिळाले नाही. "कुठे आहे लैला?" तो नोकरांवर ओरडला.

"आम्हांला माहीत नाही मालक, पण तिचा बूट विहीरीजवळ सापडला." एकजण भीतीने थरथर कापत म्हणाला.

"अरे देवा! लैलाऽ" व्यापारी जोरजोरात रडू लागला, "काय करून बसलो मी हे? माम्मुदबरोबर लग्न करण्यापेक्षा मरून जाईन, असं तू म्हणाली होतीस आणि खरंच तसं केलंस!"

व्यापारी लैलाच्या खोलीत गेला. त्याचे दिव्याकडे लक्ष गेले.

"तो दिवा घेऊन जा. त्याच्याकडे बघितल्यावर मला लैलाची आठवण होते.'

नोकरांनी दिव्याच्या वजनाची तक्रार करत, कुरकुरत तो दिवा उचलून नेला.

एक देखणा, तरुण राजपुत्र, त्याच्या नोकरांबरोबर बाजारात फेरफटका मारत होता. त्याने तो दिवा पाहिला आणि विकत घेतला. राजवाड्यात आणला.

राजपुत्राला एकट्यालाच रोज सकाळी त्याच्या खोलीत नाश्ता घ्यायला आवडत असे. म्हणून त्याचे नोकर खाद्यपदार्थ व पेय यांनी टेबल सजवून ठेवत असत.

राजपुत्राने दिवा घरी आणला. त्यानंतरची ती पहिलीच सकाळ होती. आश्चर्याची गोष्ट म्हणजे त्याचा नाश्ता कोणीतरी खाल्लेला होता आणि थोडंफार शिल्लक होतं.

दुसऱ्या दिवशीसुद्धा असंच घडलं. सर्व नाश्ता खाल्लेला होता. त्या रात्री राजपुत्राने जागे राहून चोराला पकडण्याचा प्रयत्न करण्याचे ठरविले. तो नेहमीप्रमाणे झोपण्यासाठी गेला. दिवा घालवला आणि गाढ झोपल्याचे सोंग त्याने केले.

थोडा उजेड दिसू लागला.

दिव्याचा गुप्त दरवाजा उघडला गेल्याचे राजपुत्राने पाहिले. त्यातून एक मुलगी हळूच बाहेर आली.

“आता बरी सापडलीस!” राजपुत्र ओरडला. बिछान्यातून तो बाहेर आला. लैला घाबरली. ती मागे मागे दिव्याकडे जाऊ लागली; पण राजपुत्राने दिव्याचा दरवाजा घट्ट बंद केला. थरथर कापणाऱ्या त्या मुलीकडे तो निरखून बघू लागला.

“घाबरू नको. मी तुला काही करणार नाही.” मृदुपणे तो तिला

म्हणाला, ‘‘ये, बस. तू का अशी लपली आहेस ते मला सांग.’’

रडत रडत लैलाने आपल्या वडिलांबद्दल आणि लग्नाबाबत सर्व सांगितले.

‘‘तू धीट व हुषार आहेस.’’ राजपुत्र हसत म्हणाला, ‘‘डोळे पूस. आपण आता एकत्र नाश्ता करूया. मग काय करायचं ते ठरवू.’’

तो सारा दिवस राजपुत्र आणि लैला बागेत फिरले. भरपूर गप्पा मारल्या. राजपुत्र म्हणाला, ‘‘मला तुझ्याशी लग्न करायला आवडेल. आपण उद्या तुझ्या वडिलांना भेटू.’’ तिने खुषीतच होकार दिला.

इकडे व्यापारी त्याच्या घरात बसून, उदासपणे मुलीचा विचार करीत होता.

एक गाडी थांबल्याचा आवाज त्याने ऐकला. खिडकीतून बाहेर पाहिले, राजपुत्र-लैला गाडीतून उतरत होते.

अत्यंत आनंदाने तो व्यापारी दरवाजाकडे धावला. दरवाजा उघडून तो बाहेर आला. त्याने तिला जवळ घेतले, ‘‘लैला, तू जिवंत आहेस! किती आनंदाची गोष्ट! ये. आत ये.’’

घरात गेल्यावर लैलाने राजपुत्राची वडिलांशी ओळख करून दिली. दिवा आणि त्याचा गुप्त दरवाजा याबद्दल सर्व सांगितले.

ती भेटल्यामुळे तिचे वडील खूप आनंदित झाले. सुटका होण्यासाठी जी युक्ती तिने केली, त्याबद्दल व्यापाऱ्याने तिला माफ केले. राजपुत्राचे व तिचे थाटात लग्न करून दिले.

कासवाचे घर, पाठीवर

ग्रीस

सर्व ग्रीक देवांवर झेऊस नावाचा महान देव राज्य करायचा. तो शक्तिशाली, पण संतापी होता. तो नेहमी विजेचा गडगडाट करत असे. त्यामुळे बाकीचे देव त्याला काहीसे घाबरत असत.

झेऊसचा विवाह होता. त्याने विवाहाच्या भव्य मेजवानीसाठी सर्व प्राण्यांना आमंत्रित केले. तो शुभ दिवस आला.

सर्व प्राणी अत्यानंदाने आवाज करीत आणि भुंकत, फुरफुरत, गुरगुरत, शीळ घालत आणि कूंऽकूंऽ करीत निघाले. लग्नघरात त्यांचा वेळ मजेत गेला. संपूर्ण दिवस त्यांना आवडणारे सर्व पदार्थ ते मनसोक्त खात राहिले.

झेऊस त्यांच्याकडे बघून आनंदाने हसत होता. अचानक तो रागावला, ''कासव कुठे आहे?'' हिराला, त्याच्या नव्या बायकोला त्याने विचारले, ''कासव इथे का आलं नाही?'' हिरा देवता होती. त्यामुळे इतर प्राण्यांबरोबर कासव नाही हे तिच्या लगेच लक्षात आले. झेऊस म्हणाला, ''मी जातो. बघतोच त्याला!''

दुसऱ्या दिवशी चिखलाने भरलेल्या नदीच्या काठावर कासव निवांत पहुडलेले झेऊसने पाहिले. ''कासवा, सगळ्या प्राण्यांप्रमाणे तू माझ्या लग्नाला का आला नाहीस?'' आधी त्याने मृदुपणे कासवाला विचारले.

नदीकाठावर असलेल्या मोठ्या पानाखाली लपण्याचा कासवाने प्रयत्न केला. ते काही बोलले नाही. ''तू कां माझ्या लग्नाच्या मेजवानीला आला नाहीस? उत्तर दे!'' झेऊस हुकमी आवाजात बोलला.

कासवाने हळूच डोके उंचावले आणि बारीक, पण भेदरलेल्या आवाजात ते कुजबुजले, ''माझ्या घरासारखी दुसरी छान जागा नाही.''

कासवाचे उत्तर ऐकून झेऊस संतापला. तो इतक्या जोरात ओरडला की सारे पक्षी घाबरले. ते भितीने ओरडत जंगलाबाहेर दूर उडून गेले.

झेऊस म्हणाला, ‘‘तर मग ऐक. यापुढे तुझे घर तू जेथे जाशील तिथे ने जा पाठीवरून कायमचे!’’ अशी शापवाणी उच्चारून, विजेचा गडगडाट करीत असह्य प्रकाश पाडून झेऊस दिसेनासा झाला.

ताबडतोब कासवाला विचित्र ओझे पाठीवर आल्यासारखे वाटले. ते कठीण, वजनदार असे कवच होते. त्यामुळे कासव पूर्णपणे झाकले गेले.

खवल्यांचे डोके, शेपटीचे टोक, वळलेले पाय एवढेच वरून दिसत असलेले ते कासव वेगाने तेथून पळाले.

त्यानंतर आजपर्यंत जगातील सर्व कासवे त्यांची घरे पाठीवरून नेताना दिसू लागली.

जादूचा गळ

न्यूझीलंड

फार वर्षांपूर्वीची गोष्ट. पॉलिनेशियाच्या भूप्रदेशात राहणाऱ्या देवांपैकी एकाबरोबर तरंगाने विवाह केला. ती आनंदात होती.

तिला चार शक्तिशाली, निरोगी मुले झाली. नंतर आणखी एक मुलगा झाला. त्याला ती मायुई म्हणत असे.

पण ती उदास झाली, कारण मायुई फार बारीक व अशक्त होता. त्या काळात, अशी बाळे मरण्यासाठी गावाबाहेर ठेवली जात.

मायुईला जिवंत ठेवलेच पाहिजे, यासाठी तरंगा काहीतरी मार्ग शोधू लागली.

एका रात्री मायुईला घेऊन ती झोपण्याच्या मोठ्या दालनातून दबकत दबकत बाहेर पडली. समुद्रकिनाऱ्यावर गेली.

तेथे तिला एक हाडाचा तुकडा मिळाला. त्यावर तिने 'मायुई' नाव कोरले आणि तो तुकडा बाळाच्या गळ्यात अडकविला.

तरंगणाऱ्या समुद्री वनस्पतीचा पाळणा तयार केला. मायुईला त्यात ठेवले, त्याचा पापा घेतला. गडद अंधाऱ्या समुद्रात तो पाळणा ढकलला.

"देवच तुझी काळजी घेईल." ती पुटपुटली.

तरंगा परत आली तेव्हा तिचा नवरा निघून गेला होता. तिने नियम मोडल्यामुळे तो तिला रागाने सोडून गेला. तिला तो परत कधीच भेटला नाही.

मायुईला घेऊन आलेला पाळणा तरंगत-तरंगत समुद्र किनाऱ्यावर वाहत आला.

सकाळी तामा नावाच्या मासेमारी करणाऱ्या म्हाताऱ्या

कोळ्याला ते बाळ मिळाले. त्याचे लक्ष बाळाच्या गळ्यातील नावावर गेले.

''मायुई, मला वाटतं, तू खास बाळ आहेस.'' तो हळूच पुटपुटला. त्याने त्या मुलाला उचलले. घरी नेले. तो प्रेमाने त्याचा सांभाळ करू लागला.

काही दिवसांतच बारीक व अशक्त मायुई सशक्त, निरोगी मुलगा झाला. शक्य असेल ते सर्व तामाने मायुईला शिकविले. मासे कसे पकडायचे, पक्षी व प्राणी यांची भाषा समजून कशी घ्यायची, इतरांच्या मनात काय चालले आहे ते कसे ओळखायचे हेसुद्धा त्याला शिकविले.

मायुई बारा वर्षांचा झाला तसे तामा त्याला समजावत म्हणाला, ''बाळा, तुझी आता स्वत:च्या कुटुंबात जाऊन राहण्याची वेळ आली आहे.''

मायुईने उदास मनाने सर्वांचा निरोप घेतला आणि प्रवासाला निघाला.

शेवटी तो त्याच्या घरापाशी आला. त्याच्या गळ्यातील हाडाचा तुकडा पाहून तो आपलाच मुलगा असल्याची त्याच्या आईची खात्री झाली. तिने त्याला आनंदाने एकदम जवळ घेतले. ''देवानंच तुला माझ्याकडे पाठवलं.'' त्याला घरात नेत ती म्हणाली.

पण तो आल्यामुळे मायुईच्या इतर चार भावांना काही फारसे बरे वाटले नाही. थोड्या दिवसांतच ते त्याचा द्वेष करू लागले.

''आपली आई आपल्यापेक्षा या नवीन पोराचेच लाड जास्त करते.'' ''तो फारसा चांगला नाही, असं तिला वाटण्यासाठी आपण काहीतरी करू.'' ते आपापसांत गुपचूप बोलले.

दुसऱ्या दिवशी सकाळी लवकर मासेमारीला जाण्याचे

त्यांनी ठरविले.

तिथून परत आल्यानंतर, 'आमच्याबरोबर येण्याचा मायुईनं आळस केला.' असे सांगायचे त्यांनी ठरविले.

ते काय विचार करताहेत हे मायुईने ओळखले आणि त्याने वेगळाच बेत केला.

दुसऱ्या दिवशी पहाटे पहाटे तो समुद्रकिनाऱ्यावर गेला. तिथे भावांच्या होडीतील जाळ्यांखाली तो जाऊन बसला.

पहाटे त्याचे भाऊ आले. त्यांनी होडी वल्हवित पाण्यात नेली.

त्यांच्यापैकी एकजण बोलताना मायुईने ऐकले. ''मायुई अजून झोपलाय! आता कळेल आपल्या आईला तो किती आळशी आहे ते!''

मायुई एकदम उठून उभा राहिला.

"मी आळशी नाही." तो हसायला लागला.

त्याला होडीत पाहून भाऊ चिडले. आता ते काहीच करू शकत नव्हते. त्यांनी मासेमारीला सुरुवात केली. कित्येक तास ते फिरत होते; पण त्यांच्या हाती काहीच लागले नाही.

"अजून पुढे वल्हवा. मी तेथे मासे पकडेन." भाऊ वैतागले. ते आता चिडचिड करू लागले. किनाऱ्यापासून दूरपर्यंत समुद्रात मध्याला पोहोचेपर्यंत ते होडी वल्हवत होते.

"आला मोठ्ठा हुशार! बघूया, काय मासे पकडतोस ते!" एक भाऊ रागाने म्हणाला.

मायुई त्याच्याकडे बघून हसला. एका मोठ्या दोरीला त्याने मासे पकडण्याचा जादूचा गळ लावला. अलगद होडीच्या बाजूने सोडला.

थोडा वेळ काहीच घडले नाही. ते मायुईकडे संतापाने बघायला लागले.

"तुझ्यासाठी इथपर्यंत वल्हवत आलो, तू काही आमच्यापेक्षा फार मोठा मासेमार नाहीस." एकजण म्हणाला.

अचानक एक प्रचंड जोराचा हिसका दोरीला बसला. "जाळं आत ओढायला मला मदत करा." मायुई जोरात ओरडला.

पाचही भावांनी त्या दोरीला जोर लावला. ते कित्येक तास दोरी ओढत राहिले.

शेवटी पाण्यातून काहीतरी सावकाश वर येताना दिसायला लागले.

"नक्कीच हा अवाढव्य मासा असेल!" एक भाऊ आनंदानं म्हणाला.

दुसरा होडीच्या कडेला झुकला. "नाही रे!" दुसरा भाऊ ओरडला, "अरे, हे काय! मायुईने जमिनीचा तुकडाच

मासेमारीत पकडलाय.''

तो एक सुंदर भूप्रदेश होता. हिरव्या रंगाचा. माशासारखा. वर तरंगताना दिसेपर्यंत तो हळूहळू वरती आला.

चौघा भावांनी त्या बेटावर उड्या मारल्या, ''हा माझा हिस्सा आहे! मी सर्वांत मोठ्ठा आहे. मला सर्वांत मोठ्ठा भाग मिळायला हवा.''

''नाही...हा माझा आहे. मी प्रथम आलो इथे. हा मला हवा.''

मग त्यांनी आपापसात मारामारीला सुरुवात केली.

झोडपत, फेकाफेकी करत...

अचानक विजेप्रमाणे आवाज झाला आणि त्या जमिनीचे दोन तुकडे झाले.

चौघे भाऊ इतके घाबरले की काय करावे त्यांना सुचेना. स्वत:च्या होडीत त्यांनी उडी मारली. भरभर घराकडे परत गेले.

त्यांना जाताना बघून मायुई हसत होता.

त्याने एक नवी जमीन त्याच्या लोकांच्या राहण्यासाठी तयार केली. त्यालाच 'न्यूझीलंड' असे म्हटले जाऊ लागले.

तुम्ही नकाशात बघा. दोन भूप्रदेश एकत्र जोडल्यावर कसे दिसतील याची कल्पना केली तर, ते एखाद्या माशासारखे दिसतील.

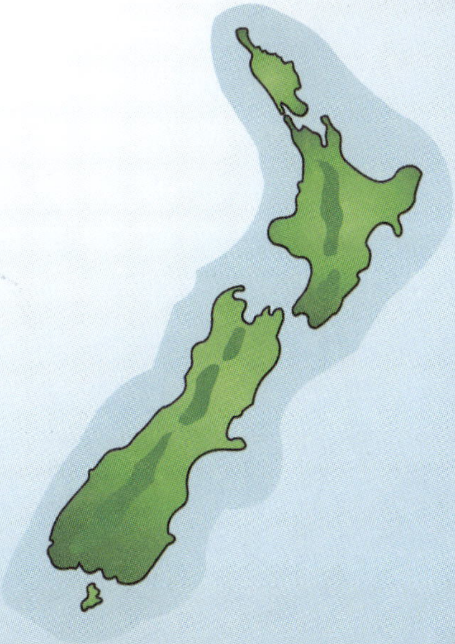

ब्रेमेनचे गायक

जर्मनी

सकाळी सकाळी आपले शेतातील घर सोडून एक गाढव बाहेर पडले. जर्मनीतील ब्रेमेन शहरी दुडक्या चालीने निघाले. आपल्या मालकासाठी त्याने खूप कष्ट घेतले होते; पण आता ते म्हातारे झाले होते. थकले होते. त्याच्या मालकाला आता त्याचा काही उपयोग होणार नव्हता, हे गाढवाला माहीत होते. ब्रेमेनच्या वाद्यवृंदामध्ये गायक होऊन स्वत:साठी काही करण्याचे त्याने ठरविले.

थोड्या वेळानी एक म्हातारा शिकारी कुत्रा रस्त्याच्या कडेला पडलेला गाढवाने पाहिला. तोंड उघडे टाकून तो उसासे टाकत होता. गाढव थांबले, ''काय झालं रे दोस्ता? तू असा आ वासून, धापा टाकत का पडला आहेस?''

''अरे बाबा!'' कुत्रा उदासपणे म्हणाला, ''मी एवढा म्हातारा झालोय. माझ्या मालकासाठी मला आता शिकार करणं अशक्य झालं आहे. माझा मालक रोज बडवतो मला, म्हणून मी पळून आलोय.''

''मी शहरातील बँडमध्ये गाण्यासाठी ब्रेमेनला जातोय.'' गाढव त्याच्या आवाजात ओरडून म्हणाले, ''चल माझ्याबरोबर. मी गिटार वाजवेन. तू ड्रम वाजवू शकशील.''

त्या म्हाताऱ्या कुत्र्याने क्षणभर विचार केला आणि तो उभा राहिला. कुत्रा व गाढव दुडक्या चालीने रस्त्याला लागले.

थोडे पुढे गेल्यावर त्यांना भेटली एक मनीमाऊ. खूप हताश, उदास होऊन रस्त्याच्या कडेला बसलेली. गाढव आणि कुत्रा तिच्यासमोर येऊन उभे राहिले.

"माऊ, का गं एवढा चेहरा टाकून व उदास होऊन बसली आहेस?" गाढवाने विचारले.

"मी एवढी म्हातारी झालेय की मी उंदीर नाही पकडू शकत!" मांजरीने म्यँऽव केले. "खरं तर चुलीपाशी बसणं आणि झोपणं एवढंच मला शक्य आहे. पण माझी मालकीण मला पाण्यात बुडवायला निघालीय, म्हणून मी पळून आले. आता काय करावं मला कळतच नाही."

"चल, तूही आमच्याबरोबर ब्रेमेनला!" गाढव म्हणाले.

"आम्ही गावातील बँडमध्ये जाणार आहोत. तू रात्री गातेस हे मला ठाऊक आहे. तू पण गायिका होऊ शकशील."

मांजरी कबूल झाली. एक शेत येईपर्यंत ते तिघे दुडक्या चालीने चालत राहिले.

तिथे एक कोंबडा भिंतीवर उभा होता. तो जोरजोरात आरवत होता. मधेच तो कोंबडा थांबला.

पुन्हा तो आरवायला लागणार तेवढ्यात गाढवाने त्याला विचारले, "अरे अरे, तू असा काय रे आरडाओरडा करतो आहेस?"

"जेवढा वेळ शक्य आहे तेवढा वेळ मी आरवणार."

कोंबड्याने सांगितले. ''उद्या बडे पाहुणे येणार आहेत. जेवणासाठी माझा रस्सा करायला मालकिणीने स्वैपाक्याला सांगितलं आहे. आज संध्याकाळी माझं डोकं छाटलं जाईल. म्हणून तोपर्यंत मी आरवत राहणार!''

''आम्ही गावातील बँडमध्ये सहभागी व्हायला ब्रेमेनला जातोय. तुझा आवाज छान आहे. तू आमच्याबरोबर का येत नाहीस? आपण सर्वजण संगीत तयार करू शकतो.''

आपल्या छोट्याशा पायाने क्षणभर डोके खाजवीत कोंबड्याने विचार केला, ''शेवटी रश्शात पडण्यापेक्षा हे बरं!''

गाढव, कुत्रा, मांजर व कोंबडा दुडक्या चालीने ब्रेमेनच्या रस्त्याकडे निघाले.

शहराला जायचा रस्ता दूर होता. संध्याकाळ होईपर्यंत चौघे मित्र घनदाट जंगलापाशी आले.

''आपल्याला रात्रभर इथे राहावं लागेल.'' गाढव म्हणाले. झाडाखाली सुकलेल्या पानांवर गाढव आणि कुत्रा पहुडले. मांजरी झाडावर चढली व एका फांदीवर झोपली. कोंबडा झाडावर उंच उडाला. एकदम वर असलेल्या फांदीवर विश्रांती घेऊ लागला.

कोंबडा आता डोळे मिटणार इतक्यात त्याला झाडांतून फिकट असे चमकताना काहीतरी दिसले. ''मला वाटतंय, मला एक घर दिसतंय!'' त्याच्या तिन्ही मित्रांना त्याने सांगितले.

''ठीक आहे. आपण जाऊ व शोधू.'' गाढव उभे राहत म्हणाले.

''चांगले जेवल्यावरच मी विचार करू शकेन.'' कुत्रा बोलला.

गाढव, कुत्रा, मांजर व कोंबडा चौघेही दबकत दबकत अंधाऱ्या जंगलातून प्रकाशाकडे निघाले. ते जवळ जाऊ लागले तसा प्रकाश वाढू लागला. गाढव सगळ्यांमध्ये उंच होते म्हणून खिडकीतून त्याने डोकावून पाहिले.

"तू काय पाहिलंस?" कुत्रा अगदी हळू गुरगुरत म्हणाला.

"मस्त पदार्थ आणि पेय यांनी भरलेल्या टेबलाभोवती चार दरोडेखोर बसून मजेत वेळ घालवताहेत." गाढव कुजबुजले.

"ते आपल्याला बरं पडेल; पण त्या दरोडेखोरांना बाहेर कसं काढायचं? आपण आत कसे जाणार?" कुत्र्याने विचारले.

"काहीतरी ठरवूया. कुणाला काही कल्पना सुचतेय का?" गाढवाने विचारले.

थोडा वेळ चौघा मित्रांनी एकत्र येऊन काहीतरी कुजबूज केली.

शेवटी गाढव म्हणाले, "ही छान योजना आहे. आता तुम्ही प्रत्येकानं काय करायचं हे तुम्हाला समजलं आहे. मी इशारा करेपर्यंत कोणीही आवाज करायचा नाही."

अगदी सावकाशपणे गाढव दुडकत खिडकीपाशी गेले. खिडकीच्या कट्ट्यावर त्याने त्याचे पुढचे खूर टेकवले. कुत्रा त्याच्या पाठीवर उडी मारून उभा राहिला. मांजरी कुत्र्याच्या पाठीवर चढली.

कोंबडा उडाला आणि मांजरीच्या अंगावर विसावला. मग गाढव खिंकाळले. कुत्रा भुंकला. मांजरीने म्यँऽव केले आणि कोंबडा कुकूचऽकूऽ आरवला. जितकं शक्य असेल तितक्या जोरात सगळे ओरडू लागले.

अचानक झालेल्या कर्कश्श अशा आवाजाने बंगल्यातील दरोडेखोरांनी टेबलाजवळून उड्या मारल्या. एकमेकाला ढकलत दूर जंगलात ते पळून गेले.

ते चौघे प्राणी दौडत-दुडकत बंगल्यात आले. टेबलावर उरले होते ते सर्व पदार्थ त्यांनी खाल्ले. भरपूर दमल्यामुळे झोपण्यासाठी आरामशीर जागा शोधली.

गाढव सुकलेल्या गवतावर पडले. कुत्र्याने दरवाज्यामागे बस्तान बसविले. शेकोटीच्या ऊबदार राखेजवळ मांजरी अंगाचे वेटोळे करून बसली. छताच्या कठड्यावर कोंबडा विसावला. थोड्याच वेळात त्या सर्वांना गाढ झोप लागली.

जंगलातून बाहेर पडल्यावर दरोडेखोरांनी बंगल्यातील दिवे बंद झालेले पाहिले. सगळं सामसूम होतं. ''आपण असं घाबरून पळून यायला नको होतं.'' त्यांचा म्होरक्या म्हणाला. ''जा रे तू, आत काय चाललंय शोधून ये.'' त्याने त्यातील एकाला आज्ञा केली.

एक दरोडेखोर झाडांमधून दबकत बंगल्यापर्यंत आला. त्याने थांबून अंदाज घेतला. कसलाच आवाज नव्हता. त्याने ढकलून दरवाजा उघडला. गुपचूप चवड्यावर चालत, आवाज न करता तो अंधाऱ्या खोलीत शिरला.

चारही प्राण्यांना कोणीतरी आत येत असल्याची चाहूल लागली. ते तयारीतच राहिले.

त्याला मांजराचे चमकणारे डोळे दिसले. त्याला वाटले ते चकाकणारे निखारे आहेत. ते जाळात ढकलण्यासाठी तो खाली वाकला अन् मांजरीने त्याच्यावर

पंजा मारला. पंज्याने त्याचा चेहरा ओरबाडला. तो चोर भलताच घाबरला.

तो अडखळत दरवाजाकडे मागे यायला लागला तेव्हा पायात पाय अडकून गाढवाला धडकला. गाढवाने जोरात लाथ मारली. जाग्या झालेल्या कुत्र्याने त्याच्या दुसऱ्या पायाचा चावा घेतला.

बंगल्याबाहेर पडत असतानाच घाबरविणारा आणि विचित्र असा 'कुकडूऽऽकुकूऽचऽकू' कोंबड्याचा आवाज त्याने ऐकला.

जोरात जंगलातून पळत तो दरोडेखोर इतर साथीदारांकडे परत गेला.

"त्या बंगल्यात बहुधा एक भयानक चेटकीण राहते. तिने पंजा मारला आणि तिच्या मोठ्या नखांनी माझा चेहरा ओरबाडला."

"एका माणसाने माझ्या पायावर ठोसा मारला. दारामागील दुसऱ्याने माझ्या दुसऱ्या पायावर सुरीने वार केला."

"जेव्हा मी बंगल्याबाहेर आलो तेव्हा एकजण ओरडला, 'ए चोरा, काय करतोस तू?' "

दिवसाउजेडीसुद्धा बंगल्यात जाण्याचं धाडस दरोडेखोरांना झालं नाही. इतकंच काय, ते परत कधीही तेथे गेले नाहीत.

गाढव, कुत्रा, मांजर व कोंबडा ब्रेमेनच्या बँडमध्ये गायक, वादकसुद्धा झाले नाहीत. ते त्या बंगल्यातच राहिले.

आजही ते कदाचित तिथेच असतील!

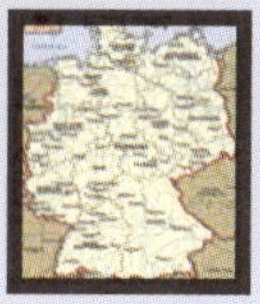

गाणारा बेडूक

मेक्सिको

रोज आपले मक्याचे पीक पाहण्यासाठी एक म्हातारा शेतकरी त्याच्या तीन मुलांसह सकाळी शेतात जात असे. ''लवकरच मका तयार होईल.'' शेतकरी म्हणाला.

एका सकाळी शेतात फिरत असताना त्याच्या असे लक्षात आले की कोणीतरी कोपऱ्यातील रोपे कुरतडली आहेत. कणसे अर्धवट खाल्ली आहेत.

''कोण होतं इथे रात्री?'' शेतकरी रागाने ओरडला.

तिघा मुलांनी शोधले; पण कुठेच पाऊलखुणा किंवा चोर आल्याचे चिन्ह दिसले नाही.

''आज रात्री शेताची नीट राखण करा आणि चोर पकडा.'' म्हाताऱ्या शेतकऱ्याने त्याच्या सर्वांत मोठ्या मुलाला सांगितले.

त्या संध्याकाळी मोठा मुलगा बंदूक व रोटी घेऊन शेताकडे निघाला. वाटेत तो एका विहिरीपाशी आला. तिथे एक बेडूक गात बसला होता.

''शांत बस रे! तुझा आवाज किती भयानक आहे आणि ते गाणंही वाईट आहे. गप्प बस. ज्याला पकडायला आलोय तो चोर या आवाजानंच घाबरून पळेल.'' मोठा मुलगा बेडकावर डाफरला.

''मला तुझ्याजवळ असलेल्या रोटीचा एक तुकडा दे की रे!'' बेडूक हळू आवाजात म्हणाला.

''नाही!'' मोठा मुलगा ओरडला.

बेडूक आधीपेक्षा आणखी मोठ्या आवाजात गाऊ लागला. ''आता बघतोच मी तुझ्याकडे!'' मोठा मुलगा

खेकसला. त्याने तो बेडूक उचलला आणि पाण्यात टाकून दिला.

नंतर तो धान्याच्या शेताजवळ जाऊन बसला.

रात्रभर तो शेतापाशी बसला; पण काही ऐकू आले नाही की काही दिसले नाही.

सकाळी लवकर उठून पाहिले तर काय! पहिल्यापेक्षा जास्तच रोपे कुरतडली होती. कणसेही खाल्ली होती. तो वडिलांकडे परत आला. त्याने ही वाईट बातमी त्यांना दिली.

''तू आज संध्याकाळी शेताच्या राखणीसाठी जा.'' आपल्या दुसऱ्या मुलाला वडिलांनी सांगितले.

सूर्यास्त झाल्यावर दुसरा मुलगा बंदूक आणि रोटी घेऊन शेताकडे निघाला. ज्यावेळी तो विहिरीजवळ पोहोचला तेव्हा तिथे एक बेडूक मोठ्या वाईट आवाजात गात बसला होता.

''काय भयंकर आवाज आहे. गप्प बस रे!'' दुसरा मुलगा त्याच्यावर ओरडला. बेडकाने आपले गाणे थांबवले.

तो म्हणाला, ''मला तुझ्यातला रोटीचा एक तुकडा दे की रे!''

''नाही, तो माझा आहे आणि मला सगळा हवाय!'' दुसरा मुलगा म्हणाला.

मग बेडूक पहिल्यापेक्षा मोठ्या आवाजात गाऊ लागला. ''आता बास हं!'' दुसरा मुलगा खेकसला. त्याने बेडकाची एक तंगडी पकडली. त्याला दिला विहिरीत फेकून! नंतर

तो शेताच्या कडेला जाऊन बसला.

रात्रभर शेताजवळ तो मुलगा बसला. पण त्याने काहीच ऐकले नाही आणि पाहिले नाही. सकाळी बऱ्याच पिकाची नासधूस झालेली आणि कणसे खाल्लेली त्याला आढळली. 'तो चोराला पकडू शकला नाही,' असे त्याला वडिलांना सांगणे भाग पडले.

दुसऱ्या दिवशी संध्याकाळी शेतकऱ्याने त्याच्या सर्वांत लहान मुलाला शेताच्या राखणीसाठी पाठविले. धाकटा मुलगा अगदी सावकाश शेताकडे चालत निघाला. त्याला भीती वाटत होती. 'दोन्ही भावांना चोर पकडता आला नाही, आता मला तरी जमेल का?' विहिरीजवळून जाताना त्याने बेडकाला गाताना ऐकले. तेव्हा तो म्हणाला, "काय सुंदर आवाज आहे रे तुझा आणि ते गाणेसुद्धा मस्त आहे हं!"

"खरंच आवडला माझा आवाज तुला?" बेडकानं विचारलं. आणखीच जोरात गाऊ लागला. "तुझ्याजवळचा रोटीचा तुकडा मला देतोस का?" गाणे संपल्यावर त्याने विचारले. "हो. नक्कीच! घे." धाकटा मुलगा म्हणाला. त्याने सबंध रोटी त्या बेडकासमोर ठेवली.

बकाबका त्याने ती रोटी खाल्ली. मग बेडूक मुलाला म्हणाला, "माझ्याशी तू चांगला वागलास. मी तुला एक गुपित सांगतो. या विहिरीच्या तळाशी एक जादूचे रत्न आहे. ते तुमच्या तीन इच्छा पूर्ण करते."

"धन्यवाद!" मुलगा म्हणाला. तो थोडासा विचारात पडला, "मला काय बरं हवंय? काय आवडेल?"

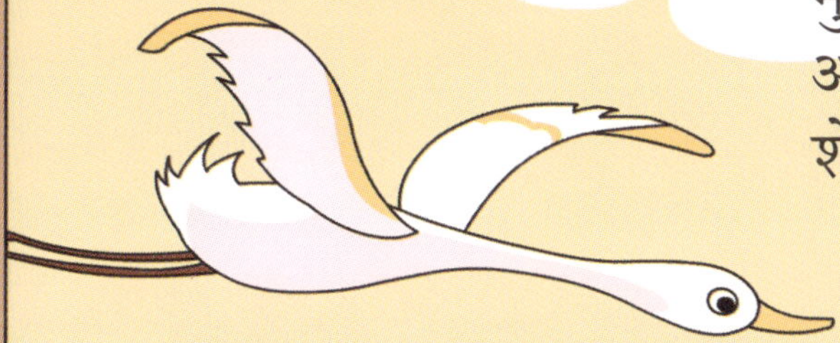

"एखादी वस्तू, एखादी व्यक्ती?" बेडूक म्हणाला.

"मग मला बायको चालेल." धाकटा मुलगा हळूच पुटपुटला.

"इच्छा करण्यापूर्वी कशा प्रकारची बायको तुला हवी आहे ते ठरव. तिच्याबरोबर राहण्यासाठी मग तुला घर हवं." बेडकाने डराँव डराँव केले. "आता तुझी जी इच्छा असेल ती विहिरीत वाकून सांग आणि स्वत:शीच पुटपुटू नको."

विहिरीत डोकावून त्या मुलाने बघितले. "मला प्रेमळ, सुंदर आणि चांगला स्वयंपाक करणारी एक बायको हवी. विहिरीजवळ एक चांगलं घर हवं, म्हणजे धान्यचोराला मी पकडू शकेन." खूप जोरात तो बोलला.

"आता आपण शेताकडे जाऊया." बेडूक म्हणाला. त्या मुलाने बेडकाला खांद्यावर घेतले आणि बेडकाबरोबर गात गात तो शेताकडे चालू लागला.

दूरवरच्या डोंगरामागे सूर्य मावळत होता. त्याचवेळी एक प्रचंड मोठ्ठा शुभ्र पक्षी आकाशात दिसला. तो शेतात खाली उतरला आणि रोपे कुरतडायला त्याने सुरुवात केली. बेडूक उड्या मारत त्याच्याकडे गेला आणि त्याने हळुवार, मधुर अंगाईगीत गायला सुरुवात केली. पक्ष्याने खाणे थांबविले. डोळे मिटले अन् लवकरच तो गाढ झोपी गेला.

"इकडे ये." त्या बेडकाने हळूच मुलाला बोलावले.

"हा पक्षी म्हणजे एक सुंदर, तरुण मुलगी आहे. एका दुष्ट चेटकिणीने तिला पक्षी केले. कारण चेटकिणीच्या मुलाशी तिने लग्न केले नाही. आता तिला तुझ्या वडिलांकडे

घेऊन जा.'' पक्षी व बेडूक यांना उचलून घेऊन तो मुलगा घरामध्ये आला. ''हा धान्यचोर आहे.'' त्याने आपल्या वडिलांना सांगितले.

त्याचे भाऊ त्या पक्ष्याला मारायला निघाले; तेव्हा धाकटा मुलगा म्हणाला, ''हा माझा आहे. मी याला सांभाळणार.''

दुसऱ्या दिवशी सकाळी, धाकट्या मुलाने पक्षी व बेडूक या दोघांना शेतावर नेले. तेथे विहिरीपाशी एक झकास घर होते. तिथे जाताक्षणी तो पक्षी अदृश्य झाला.

अचानक घराचा दरवाजा उघडला गेला. एक सुंदर मुलगी पळत पळत बाहेर आली. तीच आपली बायको आहे हे त्या मुलाने ओळखले. त्याला ती खूप आवडली.

लवकरच त्यांनी लग्न केले. त्यांच्याबरोबरच शेतात त्यांच्या घरात म्हातारा शेतकरीसुद्धा राहण्यास आला.

दुसरे दोन्ही मुलगे शहरात गेले. ते पुन्हा कधीही परत आले नाहीत.

बेडूक विहिरीजवळ राहू लागला. ''माझ्या वडिलांना तुझं गाणं आवडतं. तुला हवं तेव्हा तू गाऊ शकतोस.'' त्या धाकट्याने बेडकाला सांगितले.

''व्वा! आता मी छान गाणारच!'' बेडूक आनंदात म्हणाला.

गारुडी

भारत

गंगा नदीकाठी एका घरात राज आणि अक्बा हे नवरा-बायको राहत होते. ते खूप गरीब होते; पण आनंदी होते. गारुड्याचे काम करून राज आपला पोटापाण्याचा धंदा करीत असे.

विषारी साप ठेवलेलं एक भांडं, चटई आणि पुंगी घेऊन तो गावातील चौकात जात असे. तेथे तो चटई घालून त्यावर बसे, भांड्याचे झाकण काढी आणि पुंगी वाजवायला सुरुवात करी.

लोक बघण्यासाठी गोळा होत. हळूहळू साप भांड्यातून फणा काढत असे, पुंगीच्या तालावर डोलत असे. तो विषारी साप आहे हे प्रत्येकाला माहीत असल्यामुळे कोणीही त्याच्या फारसे जवळ येत नसे; काही माणसे मात्र त्याच्यासमोर पैसे टाकत.

संध्याकाळी राजने पुंगी वाजविणे थांबवले की साप भांड्यात जाऊन बसे. राज घरी परत जाई.

एका रात्री जेवणानंतर राजने अक्बाला सांगितले, ''उद्या साप घेऊन मी शहरात जाईन. तिथे खूप माणसं खेळ बघायला येऊ शकतात. कदाचित तिथेच खूप पैसे मिळून जातील.''

दुसरे दिवशी राज पहाटेच बाहेर पडला. लवकरात लवकर तो शहरात गेला. त्याने बैठक जमवून पुंगी वाजवायला सुरुवात केली.

साप भांड्यातून बाहेर आला. भली मोठी गर्दी त्याच्याभोवती जमा झाली. माणसे हसत होती. आनंदित होऊन सोन्याची नाणी फेकत होती. इतका पैसा राजने आयुष्यात कधीच पाहिला नव्हता.

संध्याकाळी राजने नाणी गोळा केली. आपले भांडे, चटई, पुंगी उचलली. घाईने घरी आला.

तीन चोर त्याच्यावर लक्ष ठेवून होते हे त्याच्या लक्षात आले नाही.

''त्या गारुड्याने खूप पैसा जमा केला आहे. आपण तो

चोरुया!'' एकजण पुटपुटला. ते राजच्या पाठोपाठ त्याच्या घराकडे निघाले.

बाजारात मिळालेले सर्व सोने राजने अक्बाला दाखविले. ती खुष झाली.

''आपण श्रीमंत झालो. आता आपण चांगले अन्न खाऊ शकू. नवे कपडे घेता येतील. तू खरंच हुशार आहेस!'' ती आनंदाने त्याला म्हणाली.

मोठ्या भांड्यात तिने ते सोने ठेवले. ''उद्या ते सुरक्षित ठेवण्याची जागा आपण बघायला हवी.'' ती म्हणाली. तीन चोर लपून, खिडकीतून पाहताहेत हे तिच्या लक्षात आले नाही.

त्या रात्री ते झोपलेले असताना, घराबाहेर अक्बाला काहीतरी आवाज ऐकू आला.

''कसला आवाज रे, राज?'' तिने उठून बसत विचारले.

''अगं, बहुधा एखादा कुत्रा वगैरे असेल. चल झोप.'' राज जांभई देत म्हणाला.

''मला सोन्याची काळजी वाटते.'' अक्बा म्हणाली. ती बिछान्यातून उठली आणि सोने असलेले भांडे तिने उचलले. नंतर सापाच्या भांड्याकडे तिचे लक्ष गेले. 'ते तर फारच मौल्यवान आहे.' तिने घरात सुरक्षित अशा उंच जागी ती भांडी ठेवली. नंतर ती शांत झोपली.

बाहेर ते चोर एकमेकांत कुजबुजत होते. ''त्या मूर्ख बाईने सारे सोने वरच्या मजल्यावर ठेवले आहे.'' त्यांच्यातील एकजण म्हणाला, ''आपण खिडकीपर्यंत जाण्यासाठी एकमेकांच्या खांद्यावर चढू.'' दुसरा म्हणाला, ''मी सर्वांत

लहान आहे. मी तुमच्याही वर चढेन. खिडकीतून सरकत जाईन. ते भांडे खाली आणेन.''

शांतपणे त्यांची योजना त्यांनी पार पाडली. सर्वात लहान चोराने ते भांडे मिळवले आणि ते घाईघाईने त्यांच्या मुक्कामावर आले.

''आपण श्रीमंत झालो! खूप पैसेवाले झालो!'' असं म्हणत त्या भांड्याभोवती चोर नाचू लागले. सोनंनाणं पाहण्यासाठी एकाने भांड्याचे झाकण बाजूला सारले.

तोच ! एक भयानक साप सरपटत बाहेर आला. ''पळा! पळा! धावा!'' तो किंचाळला. ते तिघे चोर एवढे घाबरले की तंबूबाहेर घाईघाईत आले आणि जंगलाकडे पळत सुटले.

नेहमीप्रमाणे सकाळी सापाचे भांडे घेण्यासाठी राज वरच्या मजल्यावर गेला. त्याने अक्बाला हाक मारली. ''अगं, इथे तर एकच भांडं आहे. नक्कीच कोणीतरी दुसरं भांडं घेऊन गेलं आहे.'' अक्बाने झाकण उचलले आणि आत डोकावून बघितले. ते पूर्ण सोन्याने भरलेले भांडे होते. ''चोर चुकीचं भांडं घेऊन गेले. कसली धमाल होईल त्यांची!'' ती हसू लागली.

राज घराबाहेर चटई पसरून बसला. त्याने पुंगी वाजवायला सुरुवात केली. थोड्या वेळाने त्याचा साप दुरून भरभर सरपटत आला. राजने त्याला उचलले आणि भांड्यात ठेवले, अर्थातच खुष होऊन!